கலைஞரின்
போர் முழக்கம்

கலைஞர் மு. கருணாநிதி

Title: Kalaignarin Por Muzhakkam

Author: M. Karunanidhi

Language: Tamil

First Published on: 1982

Year of Publication: 2024

Book Format: Paperback

*Page Size: 6inch * 9inch*

Category: Essays

Subject: Political Essays

No. of pages: 40

ISBN: 978-81-996129-8-3

Published by: Nilan Publishers, Madurai, Tamilnadu, India

பொருளடக்கம்

குறிப்புகளுக்காக

கலைஞரின் போர் முழக்கம்

துறைமுகத் தொகுதியில் கழக வேட்பாளராக நின்று வெற்றி வாகை சூடிய நண்பர் செல்வராஜ் அவர்களைப் பாராட்டுகிற வகையில் இந்தப் பொதுக்கூட்டம் இங்கே ஏற்பாடு செய்யப்பட்டுள்ளது. நான் கட்டிய வள்ளுவர் கோட்டத்திலே நான் இதுவரையில் நுழைய முடியாவிட்டாலும் அந்தக் குறையைப் போக்குகிற வகையிலே இங்கே மின் விளக்குகளால் ஒரு வள்ளுவர் கோட்டத்தை அமைத்து அதில் நின்று பேசுகிற வாய்ப்பினை நல்கிய இந்த வட்டாரத்துக் கழக நண்பர்களுக்கு நான் எனது நன்றியினைத் தெரிவித்துக் கொள்ள பெரிதும் கடமைப்பட்டிருக்கிறேன்,

வள்ளுவர் கோட்டமே கூட தேவைதானா? என்று கேட்ட தமிழ்ப்பற்று மிக்கவர்களெல்லாம் நம்முடைய நாட்டிலே இருக்கின்றார்கள்.

ஒரு முறை ரஷ்ய நாட்டின் பிரதமராக இருந்த குருஷேவ் இந்தியத் திருநாட்டுக்கு வருகை தந்தபோது பல்வேறு பகுதிகளைச் சுற்றிப் பார்த்து விட்டு ஆங்காங்குள்ள தொழிற் சாலைகள் தொழில் வளங்கள் இவைகளையெல்லாம் பாராட்டிவிட்டு இந்தயாவிலே தொழில் வளத்தைப் பெருக்க ரஷ்ய நாடு இன்னும் எவ்வளவோ செய்யத் தயாராக இருக்கிறது என்ற உறுதிமொழியை அளித்துவிட்டு ஆக்ராவிலே இருக்கிற தாஜ்மகாலைப் பார்வையிட்டார்.

தாஜ்மகாலைப் பார்வையிட்ட பிறகு அவரைப் பார்த்து பத்திரிகை நிருபர்கள், "இதைப்பற்றி உங்கள் கருத்து என்ன?" என்று கேட்டார்கள். அப்போது குருஷேவ்- கலையுள்ளம் சிறிதுமில்லாத அந்த மனிதர் - *Criminal 'Waste"* என்று சென்னார்.

தாஜ்மகால் கட்டப்பட்டது ஒரு வீண் விரயம், தேவை யற்ற செலவு குற்றம் சாட்டப்படக்கூடிய அளவுக்குச்செய்யப் பட்ட ஒரு செலவு என்ற வகையில் அன்று, தனது கருத்தை வெளியிட்டார். அதற்கும் இரண்டு மூன்றாண்டுக் காலத்துக்குப் பிறகு அவருடைய முகவரியை உலக மக்கள் தேடித்தேடிப் பார்த்தார்கள்; கிடைக்கவில்லை அது ரஷ்ய நாட்டினுடைய அரசியல் நிலவரத்தால் ஏற்பட்ட விளைவு.

ஒரு நாட்டில் தொழில் வளம், கல்வி வளம், நிலவளம், நிலவளத்தின் தொடர்பாக இருக்கின்ற நீர்வளம் - இந்த இரண்டு வளத்தினுடைய தொடர்பாக இருக்கின்ற வேளாண்மை வளம், அந்த வேளாண்மை வளத்தின் அடிப்படையிலே அமைகின்ற வாழ்வு வளம் - இவ்வளவும் இருந்தாலும் அங்கே இலக்கிய வளமும் இருந்தால்தான் அந்த நாட்டை ஒரு உயிருள்ள நாடாகக் கருதமுடியும். இல்லாவிட்டால் ஏதோ செய்யப்பட்ட பொம்மைபோல, செதுக்கப்பட்ட சிலைபோல அந்த நாட்டை வர்ணிக்கலாமேயல்லாமல் அதற்கு உயிருண்டு உயிர்ப்புச் சக்தி உண்டு என்று யாரும் ஏற்றுக்கொள்ள இயலாது.

உயிரோட்டம் தரும் இலக்கியங்கள்

அப்படிப்பட்ட உயிரோட்டத்தை இலக்கியங்கள் தான் தருகின்றன. அந்த இலக்கியங்களைக் காத்திட வேண்டும். அதிலும் குறிப்பாகத் தமிழனாகப் பிறந்த ஒவ்வொருவனும் தன்னுடைய மொழியை, இலக்கியத்தினுடைய மாண்பை, மரபை, வரலாற்றை, கலையை, கலாச்சாரத்தை, பண்பாட்டைக் காப்பாற்றிட வேண்டும் என்ற அருமையான முடிவை நம்மை வளர்த்து ஆளாக்கிய பேரறிஞர் அண்ணா அவர்கள் நம்முடைய இதயத்திலே பதியவைத்து விட்டுச் சென்றிருக்கிறார்கள். அந்த அடிப்படையில் அமைந்தது தான்

பூம்புகாரானாலும் பாஞ்சாலங்குறிச்சியிலே பறங்கியரை எதிர்த்த வீரபாண்டிய கட்டபொமமனுக்காக எழுப்பப்பட்டுள்ள நினைவுக் கோட்டையானாலும், வள்ளுவர் கோட்டமானாலும் நம்முடைய வரலாற்றைச் சித்தரிக்கின்ற பொன்னேடுகளாகத்தான் இன்றைக்குத் திகழ்ந்து கொண்டிருக் கின்றன.

அப்படிப்பட்ட ஒரு அருமையான வரலாற்று புகழ் மிக்க இடத்தை இந்தப் பகுதியிலே உள்ள நண்பர்கள் மின்விளக்குகளால் இங்கே எடுத்துக்காட்டியிருப்பது புகழத்தக்கது; போற்றத்தக்கது.

நான் மேடையிலேவந்து அமர்ந்ததும் நண்பர் செல்வராஜ் அவர்களும் ஆடலரசு அவர்களும் என்னுடை காதோடு காதாகச் சொன்னார்கள் நீங்கள் இங்கே உட்கார்ந்திருக்கிற இந்த இடந்தான் வள்ளுவர் கோட்டத்திலே உள்ளதோ. எதிரிலே தெரிகின்ற மின்விளக்குகளெல்லாம் வள்ளுவர் கோட்டத்திலே முன்னால் வைக்கப்பட்டிருக்கின்ற முகப்பும் சின்னங்களும் என்று அவர்கள் என்னிடத்திலே சொன்னார்கள்.

நிலவைப் பிடிக்க விரும்பிடும் குழந்தையிடத்தில் கண்ணாடியைக் காட்டி அதிலே நிலவுனுடைய பிர்பத்தை விழச் செய்து, 'இதோ பார்! நிலவு, நிலவு!' என்று காட்டுவதைப் போல. வள்ளுவர் கோட்டத்துக்குள்ளே நுழைய இயலாமல் இருக்கின்ற என்னிடத்தில் நண்பர்கள் மின்விளக்கு அலங்காரத்தால் இந்த வள்ளுவர் கோட்டத்தைக் காட்டினார்கள். *(கைதட்டல்)*

இன்றைக்கு இயற்கையாக இருக்கிற வள்ளுவர்கோட்டம் நான் செல்வதற்குரிய இடமாக இருந்தாலும் இல்லாவிட்டாலும், மின் விளக்குகளால் இப்படிப்பட்ட ஒரு

மேடையை அமைத்துக் காட்டினாலும் காட்டாவிட்டாலும் என்றென்றும் அழியாத ஓவியமாக என் நெஞ்சத்திலே அந்த வள்ளுவர் கோட்டம் இருக்கிறது என்பதை மாத்திரம் நான் உங்களுக்குத் தெரிவித்துக்கொள்ள கடமைப்பட்டிருக்கின்றேன்.

வள்ளுவர் கோட்டம் திறக்கப்பட்டபோது நான் அழைக்கப்பட்டேனா இல்லையா என்பது இன்னும் விடை காண முடியாத ஒரு கேள்வியாக சிலரிடத்திலே இருந்து வருகிறது. அழைக்கப்பட்டேன் எவ்வாறு அழைக்கப்பட்டேனென்றால் 'சி' வகுப்பு பாஸ் கொடுக்கப்பட்டு என்னுடைய கார் வள்ளுவர் கோட்டத்திலிருந்து ஒரு மைலுக்கப்பால் நிறுத்தப்பட்டு, அங்கிருந்து இறங்கி நடந்து சென்றால்தான். வள்ளுவர் கோட்டத்துக்குள் செல்லலாம் என்கிற அளவில் 'அழைக்கப்பட்டேன். பத்து நாளைக்கு முன்புவரையிலே முதலமைச்சராக இருந்த ஒருவருக்கு குடியரசுத் தலைவருடைய ஆட்சியில் - அதுவரையிலே கே.கே ஷா என்றால் கலைஞர் கருணாநிதி ஷா - என்றெல்லாம் பேசிக் கொண்டிருந்த கே. கே. ஷா அவர்களால் எனக்களிக்கப்பட்ட மகத்தான மரியாதைதான் அது.

மதியாதார் தலைவாசல் மிதியாமை கோடி பெறும்!

வந்தால் 'சி' வகுப்பிலே உட்கார வேண்டும் - வருவதாக எண்ணினால் காரை ஒரு மைலுக்கப்பால் நிறுத்திட வேண்டும் - என்கின்ற வகையில் எனக்கு அனுமதிச் சீட்டுக்கள் அளிக்கப்பட்டு வா! என்று அழைத்திருந்தார்கள்.

"மதியாதார் தலைவாசல் மிதியாமை கோடி பெறும்" என்கின்ற முன்னோர்கள் மொழியை நாங்கள் என்றைக்கும் மறப்பவர்களல்ல. எங்கே அதை மறந்து விடப் போகிறோமோ என்றுதான் தந்தை பெரியார் அவர்கள்

சுயமரியாதை இயக்கத்தைத் தோற்றுவித்து, "வாழ்ந்தால் சுயமரியாதையோடு வாழ்க! உயிரோடு இருந்தால் தன்மானத்தோடு உயிரோடு இருந்திடுக!" என்கின்ற அருமையான தத்துவத்தை நமக்குப் போதித்துச் சென்றார்கள்.

எனவேதான் தமிழன் தன்மானத்தோடு வாழத் தலைப்பட்டுவிட்ட ஒரு பெரிய சகாப்பதத்தில் தந்தை பெரியார் அவர்களுடைய தலைமையில் பேரறிஞர் அண்ணா அவர்களுடைய தலைமையில் பயின்ற நாம் தன்மானத்தைச் சிறிதும் விட்டுக் கொடுக்காமல் நம்முடைய கழகத்தை கடந்த காலத்திலும் சரி, இந்தக் காலத்திலும் சரி நடத்திக்கொண்டு வருகிறோம்.

தோல்விகள் நம்மைத் தொட்டுப் பார்த்தாலும் கூடத் துவண்டு விடாமல், இந்தத் தோல்விகளெல்லால் வெற்றிற்கான படிகளேயல்லாமல் நாம் வீழ்ந்துவிட்டோம் என்று கருதுவதில்லை.

தென்னைமரத்திலே - அது சின்ன மரமாக இருக்கும்போது - உள்ள மட்டைகள் ஒவ்வொன்றாக விழும். மட்டைகள் விழ விழத்தான் தென்னைமரம் உயரமாகப் போகும் மட்டைகள் விழாமல் அப்படியே இருந்தால் தென்னை மரம், தென்னங் கன்று போலத்தான் தோன்றும். நான் இப்போது இருக்கிற நவீன தென்னைமரங்களைச் சொல்லவில்லை பழைய காலத்திலே உள்ள தென்னை மரங்களைச் சொல்கிறேன். (சிரிப்பு)

முளைத்த மட்டைகள் ஒவ்வொன்றாக விழ விழ மரம் உயர்ந்துகொண்டே போகும். எல்லா மட்டைகளும் விழுந்து உச்சியிலே சில மட்டைகளோடும் இளம் குலைகளோடும் முற்றிய குலைகளோடும் தென்னைமரம் விழங்கும்.

தென்னை மரத்தை உற்றுப் பார்த்தால் பல இடங்களில் வடுக்கள் தெரியும். அந்த வடுக்களெல்லாம் என்னவென்று கேட்டால் தென்னைமரம் போட்டுக்கொண்ட கோடுகளல்ல தென்னைமரத்திலே இவ்வளவு மட்டைகளிருந்தன. அவைகளெல்லாம் விழுந்துவிட்டன என்று காட்டுகிற அடையாளங்கள். அப்படி விழுந்துவிட்ட இடங்களைப் பயன்படுத்திக் கொண்டுதான் நாம் காலை வைத்து அதிலே ஏறி உச்சிக்குச் செல்கிறோம். *(கைதட்டல்)*

அதைப் போலத்தான் நாம் விழுந்து விட்ட இடங்களில் காலை வைத்து ஏறி ஏறி, தோல்வி கண்ட இடங்களில் காலை வைத்து ஏறி ஏறி நிச்சயமாக வெற்றிப்படிக்கட்டுக்குச் செல்ல முடியும் என்ற உறுதியை நான் உங்களுக்கு அளிக்கிறேன். *(பலத்த கைதட்டல்)*

நம்முடைய சமுதாயம் தலைநிமிர்ந்து வாழவும், தன்மானத் தோடு வாழவும். நம்முடைய கீர்த்திக்கொடி உலகமெங்கும் பறந்திட வேண்டும் என்கின்ற கீர்த்தி பெற்று திகழவும் இந்த இயக்கம் உருவாக்கப்பட்டது. இந்த இயக்கம் உருவாகிற நேரத்தில் நாமெல்லாம் அமைச்சர்களாகவோ சட்டமன்ற உறுப்பினர்களாகவோ போய் உட்காரவேண்டும் என்ற ஆசையோடு உருவாக்கப்படவில்லை.

நாம் நம்முடைய பாதையிலேசென்று கொண்டிருப்போம் நம்முடைய கடும் பயணத்தை நடத்துவோம். அப்படி கடும் பயணம் நடத்துகிற நேரத்திலே நமக்குத் தெரியும் நாம் பாலைவனத்திலே நடந்து செல்கிறோம் என்று.

நாம் கடந்து செல்லும் பாதை

பாலைவனமானாலும், அனல்காற்று
புயலினூடே பயணம் தொடர்வோம்!

கொதிக்கின்ற மணல், அனல் காற்று, இடையிடையே மணல் காற்றுக்கூட புயல் போல வீசும் இவைகளுசுகிடையிலே எங்கேயாவது ஓரிடத்திலே கானல் நீர் கிடைப்பதைப் போலத்தான் சட்டமன்றப் பதவியானாலும், மேலவைப் பதவியானாலும், அமைச்சர் பதவியானாலும் பாலைவனத்திலே நாம் காணுகின்ற கானல் நீரைப்போல அவ்வப்போது நமக்கு இளைப்பாற்றிக் கொள்ள ஓரளவுக்குப் பயன்படக் கூடிய ஒன்றே தவிர அதே நம்முடைய லட்சியமல்ல,

பாலைவனத்தைக் கடப்பது நம்முடைய லட்சியம். கடும் பயணத்தை மேற்கொண்டு அதை முடிப்பது நம்முடைய லட்சியம். ஆனால், இடையிலே தோன்றுகின்ற இளம் மரங்களுடைய நிழல்களானாலும் அல்லது பாலையிலே காணப்படுகின்ற கானல் நீரசனாலும் அவை லட்சியங்களாக ஆகிவிட மாட்டா. அவைகளெல்லாம் நமது லட்சியப் பயணத்தை வெற்றிகரமாக முடிப்பதற்கு இடையிடையே கிடைக்கின்ற துணைகளே தவிர, வாய்ப்புக்களே தவிர, நமக்குக் கிடைக்கின்ற ஆறுதல்களே தவிர அவைகள் லட்சியங்கள் ஆகிவிட மாட்டா என்று நான் பல நேரங்களில் உங்களுக்கு எடுத்துச் சொல்லியிருக்கிறேன்.

அந்தக் காரணத்தினாலேயேதான் கழகம் 48 இடங்களைப் பெற்றது என்ற நேரத்தில் நாங்கள் யாரும் திகைக்கவில்லை. அய்யோ என்று கதறிடவில்லை. இப்படியும் ஆகிவிட்டதே என்று புலம்பிடவில்லை. மாறாக மகிழ்ச்சியடைந்தோம்.

மனமுடைந்து போக மாட்டோம்

நடாளுமன்றத் தேர்தல் முடிந்தது. ஒரே ஒரு இடத்தில் தான் தி. மு. கழகம் வெற்றியினைப் பெற்றது. அப்போது நாம் மனமுடைந்து போய்விடவில்லை. மனமுடைந்து சில பேர் போய்விட்டார்கள். என்றாலும் நாம் போய்விடவில்லை. அதற்குப் பிறகு தி. மு. கழகம் இருக்குமா? இது பெரிய கேள்விக் குறியாகப் போடப்பட்டு அந்தக கேள்விக் குறி விசுவரூபம் எடுத்தது.

திராவிட முன்னேற்றக் கழகம் இருக்காது. அது ஆயிரம் அடி பள்ளத்திலே புதைக்கப்பட்ட ஒன்றாக ஆகிவிட்டது. சட்ட மன்றத் தேர்தலில் ஒரு இடம் கூட வராது. ஏதோ நாடாளு மன்ற தேர்தலில் நண்பா ஆசைத்தம்பி வட சென்னையிலே வெற்றி பெற்று விட்டார். அந்த ஒரு இடம் கூட சட்டமன்றத் தேர்தலில் தி.மு. கழகத்துக்குக் கிடைக்கப் போவதில்லை என்கின்ற ஆரூடத்தை காலா காலம் நமக்குப் பகைவர்களாக இருக்கின்றார்களே - அவர்கள் சொன்னால் கூட நாம் கவலைப் பட்டிருக்க மாட்டோம்.

நாடாளுமன்றத் தேர்தலிலே கிடைத்த தோல்வியின் காரணமாக இனிமேல் இந்த இயக்கத்திலே இருந்தால் பதவிக்கு வந்து அனுபவிக்க முடியாது என்று பயந்து போன சிலர் நெருங்கி இருந்தவர்கள். நட்புறவு கொண்டவர்கள் இந்த இயக்கத்தின் பொறுப்பான இடங்களில் அமர்ந்திருந்தவர்கள், அவர்களெல்லாம் கூட பயந்து போய். இனிமேல் இந்த இயக்கத்துக்கு எதிர்காலம் கிடையாது என்று கூறி விட்டு, குழந்தை பிழைக்காது என்று தெரிந்தவுடன் அந்தக் குழந்தையைக் கடலிலே தூக்கியெறிந்து விடுகின்ற தாயுள்ளம் ஒருத்திக்கு இருக்குமேயானால் -அப்படிப் பட்ட தாயைத் தாய் என்று சொல்லமாட்டோம் -ஆனால் அப்படிப்பட்ட ஒரு தாயைப்போல், எக்கேடாவது கெட்டுப் போகட்டும் என்று சாகக்கிடக்கிற குழந்தையை விட்டு பிரியும் தாயைப் போல் இந்தக் குழந்தையை வளர்ப்பதற்கு அரும்பாடுபட்டவர்களில்

ஒருவராக இருந்த நம்முடைய நாவலர் அவர்களும் மற்றவர்களும் பிரிந்து சென்றார்கள்.

'நம்முடைய' என்று சொல்வதற்காக நாவலர் மன்னித்துக் கொள்ள வேண்டும். என்ன செய்வது, பழகிய பாசம் பற்று இன்னும் விடாத காரணத்தால் நம்முடைய என்று சொல்கிறேன். அதற்காக அவர் பெருமனது வைத்து மன்னித்துக் கொள்ள வேண்டும் என்று கேட்டுக் கொள்கிறேன்.

இப்படி நம்மிடம் இருந்தவர்களே கூட கழகத்திற்கு எதிர்காலமேயில்லை என்று கணித்த பிறகு 42லட்சம் வாக்குகள் தி. மு. கழகத்துக்குக் கிடைத்தன.

இன்றைக்கு முதலமைச்சராக உட்கார்ந்திருக்கிறார் எம். ஜி. இராமச்சந்திரன் அவருக்கெதிரே எதிர்க்கட்சித் தலைவராக நான் உட்கார்த்திருக்கின்றேன். என்னருகிலே பேராசிரியரி, அவருக்கருகிலே ப. உ. சண்முகம், எங்களுக்கும் பின்னாலே சாதிக்பாட்சா - இப்படி 48பேரும் உட்கார்ந்திருக்கிறோம்.

எனக்கும் எம். ஜி. ஆருக்குமிடையே ஒரு மேசை இருக்கிறது. அந்த மேசைக்கு இடையிலே இருக்கிற இடைவெளி எவ்வளவு தெரியுமா? அவர் பெற்ற வாக்குகள் 52 லட்சம் வாக்குகள். நாம் பெற்ற வாக்குகள் 42 லட்சம்வாக்குகள். அந்த மேஜையின் இடைவெளிக்கிடையேயுள்ள 10 லட்சம் வாக்குகள் வித்தியாசத்திலேதான் அவர் முதலமைச்சர். நான் எதிர்க் கட்சித்தலைவர். இதை நீங்கள் மறந்துவிடக்கூடாது.

தி. மு. கழகம் அழிந்துவிடும் என்று ஆருடம் கணிக்கப்பட்ட பிறகு முஸ்லீம் லீக்கினுடைய தோழமை இல்லாமல் பார்வர்டு பிளாக்கினுடைய நட்புறவு இல்லாமல், கம்யூனிஸ்டு கட்சியிலே எந்த கம்யூனிஸ்டு கட்சியினுடைய

இணைப்பும் இல்லாமல், தமிழ்நாடு முஸ்லீம் லீக் கட்சியினுடைய ஆதரவு கூட இல்லாமல் ஜனதாக்கட்சி உங்களோடு சேரமாட்டேன் என்று பகிரங்கமாக அறிவித்துவிட்ட பிறகு. தன்னந்தனியாக தி. மு. கழகம் களத்திலே இறங்கி நாங்கள் தனியாகவே தேர்தலைக் சந்திக்கிறோம் என்று வெளிப்படையாகவே அறிவித்த பிறகு, அப்படியே சந்தித்து எந்தக்கட்சியின் துணையும் இல்லாமல் நாம் பெற்ற வாக்குகள் 42 லட்சம்.

அ.இ. அ.தி.மு.க. கட்சி - பார்வர்டுபிளாக் கட்சியினுடைய கூட்டுறவோடும், இந்திய யூனியன் முஸ்லீம் லீக் கட்சியுனுடைய கூட்டுறவோடும், இடதுசாரி சும்யூனிஸ்டு கட்சியினுடைய கூட்டுறவோடும் உழைப்பாளர் கட்சியினுடைய கூட்டுறவோடும் பெற்ற வாக்குகள் 52 லட்சம்.

தன்னந்தனியாக நாம் பெற்ற வாக்குகள் 42லட்சம்.

எனவே இந்த 42 லட்சமும் வெறும் வாக்குகள் மாத்திர மல்ல; நான் இன்னும் திட்டவட்டமாகச் சொல்வேன் - அந்த 52 லட்சம் வரக்குகள் எம். ஜி. ஆருக்கு எப்படி கிடைத்தது என்பது அவருக்கே தெரியும்.

எங்கே அந்த வாக்குகள் கிடைக்குமென்றுதான் அவர் சென்னையை விட்டு அருப்புக்கோட்டை வரையிலே சென்றார் ஏன் உங்கள் சொந்தத் தொகுதியில் - பறங்கிமலையில் நிற்கவில்லை என்று கேட்டபோது அதனுடைய பெயரை ஆலந்தூர் என்று மாற்றிவிட்டார்கள். ஆகவே நிற்கமாட்டேன் என்று கூறிவிட்டு அங்கிருந்து அருப்புக்கோட்டைவரையிலே சென்றார்.

உலகிலிலில்லாத அதிசயம்

உலகத்திலேயே ஒரு அதிசயம். எந்த ஒரு கட்சியினுடைய தலைவனும் தான் நிற்கப்போகும் தொகுதியை முன் கூட்டியே சொல்வதுதான் வழக்கம் நீங்கள் தமிழகத்தை எடுத்துக்கொண்டாலும் தோற்றுவிட்டார்களே இந்திராகாந்தி அம்மையார்; அந்த அம்மையாரை எடுத்துக்கொண்டாலும் கூட - இன்ன தொகுகியிலே போட்டி போடப்போகிறேன் என்று ஒரு மாதத்தற்கு முன்பே அறிவித்துவிட்டு அந்தத் தொகுதியில் நின்றார்கள் தோற்றார்கள் அது வேறுவிவகாரம். தமிழ்நாட்டைப் பொறுத்த வரையிலே கூட மற்ற கட்சிகளுடைய தலைவர்கள் அத்தனைபேரும் தான் நிற்கப்போகும் தொகுதி இது என்பதை வேட்பாளர்கள் பட்டியலை அறிவிக்கிற நேரத்திலே அறிவித்திருக்கிறார்கள்.

ஆனால் அ.இ.அ. தி. மு. க. கட்சியினுடைய தலைவர் நண்பர் எம் ஜி.ராமச்சந்திரன் வேட்புமணு தாக்கல் செய்கிற கடைசி நாள் வரையில் தாம் எங்கே நிற்கப்போகிறார் எனபதை அறிவிக்காமல் அதை ஒரு மர்மமாகவே வைத்திருந்து திடீரென்று ஒருநாள் இரவில் காரிலே புறப்பட்டு கார் திருச்சிவரையிலே செல்கிறது.

திருச்சியிலேயிருந்து அந்தக் கார் அப்படியே திரும்பி புதுக்கோட்டைக்குப் போகுமா? அல்லது புதுக்கோட்டையிலிருந்து அறந்தாங்கிக்குச் செல்லுமா? அல்லது திருச்சியிலிருந்து தஞ்சைக்குச் செல்லுமா? அல்லது திருச்சியிலிருந்து மதுரைக்கு செல்லுமா? மதுரையிலிருந்து திருநெல்வேலிக்குச் செல்லுமா? அல்லது இடையிலே மதுரையிலேயே தங்கி அருப்புக்கோட்டையிலே வேட்புமனு தாக்கல் செய்வாரா? என்று இவ்வளவு சந்தேகத்துக்குரிய ஒரு இடத்தில் திருச்சி சந்திப்பு வரையிலே அந்தக் கார் சென்று

அங்கிருந்ததும் யாருக்கும் தெரியாமல், திடீரெனறு அருப்புக்கோட்டைக்குச் சென்று கடைசி நிமிடத்திலே வேட்பு மனுவைத் தாக்கல் செய்து அதற்குப் பிறகு யாரும் முக்கியமானவர்கள் வேட்பு மனு தாக்கல் செய்யமுடியாத அளவுக்குத் திட்டமிட்டு யாருக்கும் தெரிவிக்காமல் ஒரு தலைவன் தன்னுடைய தொகுதியைத் தேர்ந்தெடுத்து அறிவித்தாரென்றால் அது எம். ஜி. இராமச்சந்திரனைத் தவிர வேறு யாராகவும் இருக்க முடியாது. (வெட்கம்! வெட்கம்!)

நாங்கள் வேட்பாளர்களை அறிவித்த அதே மேடையிலே "அண்ணாநகரிலே நிற்கப்போகிறேன்" என்று நான் திட்டவட்டமாக அறிவித்தேன். யார் வேண்டுமானாலும் வந்து நிற்கட்டும் என்கிற வகையிலேதான் - மற்ற கட்சிகளுக்கு அழைப்பு விடுகிற வகையிலேதான் நான் எங்கே நிற்கப்போகிறேன் என்பதை முன்கூட்டியே அறிவித்தேன்.ஆனால் எம். ஜி. ஆர். அப்படி அறிவிக்கவில்லை. யாரும் தெரிந்துகொள்ள முடியாத அளவிற்கு அவ்வளவு ரகசியமாக, மர்மமாக தன்னுடைய தொகுதியை வைத்திருந்தார். வெற்றி பெற்றார். முதலமைச்சராகப் பொறுப்பேற்றிருக்கிறார்.

அள்ளி வழங்கிய வாக்குறுதிகள்

7 ஆண்டுக கால தி.மு.க. ஆட்சியில் நாடு காடாக மாறிவிட்டது; ஊழல்பெருத்துவிட்டது; லஞ்சலாவண்யங்கள் தாண்டவமாடுகின்றன; சர்வாதிகாரம் தலை தூக்கிவிட்டது. எனவே, அந்த ஆட்சியை மாற்றவேண்டும் நான் பதவிக்கு வந்தால் தமிழ்நாட்டை சொர்க்க பூமியாக ஆக்குவேன் என்றெல்லாம் சொல்லிவிட்டு வாக்குகளைப் பெற்றார்.

தேர்தல் நேரத்திலே மக்களிடத்திலே அவர் அள்ளி வழங்கியிருக்கிற வாக்குறுதிகள் சாதாரணமானவைகள் அல்ல.

படியரிசி போடுவேன் என்று திட்டவட்டமாகச் சொல்லவில்லையென்று இன்றைக்குச் சமாளிக்கிறாரேதவிர அன்றைக்கு என்ன சொன்னார்? ஏழை எளியவர்களுக்குப் படியரிசித் திட்டம் கொண்டுவந்த அண்ணா அமர்ந்திருந்த இடத்தில் இவர்கள் அமர்ந்திருக்கிறார்களே என்று எண்ணிக் கண்ணீர் வடித்தேன். அந்தக் கண்ணீரிலே பிறந்ததுதான் அண்ணா திராவிட முன்னேற்றக் கழகம் என்று எம்.ஜி.ஆர். ரேடியோவிலே பேசினார் படியரிசித் திட்டம் கொண்டு வந்த அறிஞர் அண்ணா அமர்ந்திருந்த இடம் என்று சொன்னார் படியரிசித் திட்டம் என்பது அண்ணாவுக்கு அடைமொழி என்று இன்றைக்கும் சொல்கிறார். ஆனால் மக்களை ஏமாற்ற எம்.ஜி.ஆர். அதைப் பயன்படுத்தினார் என்பது எங்களுடைய குற்றச்சாட்டு படியரிசித் திட்டம் கொண்டுவந்தார் அண்ணா. இவர்கள் அவரைத் தொடர்ந்து படியரிசித் திட்டத்தை நிறைவேற்ற வில்லை. நான் பதவிக்கு வந்தால் கொண்டுவருவேன் என்று மக்கள் நப்பும்படியாகத்தான் அன்றைக்குப் பேசினார்.

அதைத்தான் சட்டசபையிலே நாங்கள் கேட்டோம்.

எப்போது கொண்டு வருவீர்கள் படியரிசித் திட்டம் என்று அன்றைக்கே சொல்லியிருக்கலாம். அதைக் கொண்டு வர இயலாது என்று.

பதினைந்தாம் தேதி பதில் சொல்கிறேன் என்றார். பதினைந்தாம் தேதி வரையிலே காத்திருந்தோம். பதினைந்தாம் தேதி என்ன பதில் வருமோ என்று தமிழ்நாடு எதிர்பார்த்திருந்தது. பதினைந்தாம் தேதி வாய்திறந்தார்,

'படியரிசித் திட்டம் இல்லை! இல்லை!! இல்லை!!! என்று சொன்னார் இதுதான் அவர் குறிந்தகாலக்கெடு. பதினைந்தாம் தேதி மகாத்மியம் இல்லை என்று சொல்வதற்கு ஒரு தேதி எதற்காக? தேவையில்லை. ஆனாலும், அவர் சொன்னார்.

சட்டசபையிலே தேதி குறித்துவிட்டு பதினைந்தாம் தேதிவரை பொறுத்திரு என்றால் படியரிசி போட முடியாவிட்டாலும் ஏதோ ஒருவகையாக ஏழை எளிய மக்களுக்கு உணவு தானியங்களை மிகச்குறைந்த விலையில் வழங்க ஒரு திட்டமாவது தருவார் என்று எண்ணினோம். ஆனால் படியரிசித் திட்டத்தை இரண்டு மாவட்டங்களுக்கு கொண்டுவருவதா இழிந்தால் கூட ஏறத்தாள 72 கோடிரூபாய் நட்டம் ஏற்படும் என்ற கணக்கை அவர் காட்டினார்.

மேடைக்கு மேடை, கூட்டத்துக்குக் கூட்டம். பத்திரிகைக்குப் பத்திரிகை எழுந்துக்கு எழுத்து படியரிசித் திட்டத்தை கருணாநிதி கெடுத்துவிட்டான் கெடுத்துவிட்டான் என்று பேசினீர்களே! அப்போது இந்தக்கணக்கு உங்களுக்குத் தெரியவில்லையா?

இப்போதுதான் தெரிகிறதா?

இவ்வளவு நட்டம் ஏற்படும்; அந்த நட்டத்தின் கரணமாகத்தான் படியரிசித் திட்டம் கைவிடப்பட்டதென்ற இந்தக் கணக்கு அப்போது தெரியவில்லையா? மக்களை ஏமாற்றி எப்படியாவது ஆட்சிப்பொறுப்புக்கு வந்துவிட்டால் அதற்குப் பிறகு மக்களிடத்திலே ஏதாவது சால்ஜாப்புச் சொல்லி சமாளித்துக் கொள்ளலாம் என்கின்ற தீய எண்ணமே தவிர வேறென்ன?

அதுமாத்திரமல்ல ஆனந்தவிகடன் பத்திரிகையிலே கட்டுரையிலே எழுதினார். கிராமப்புறத்திலே இருக்கிற விவசாய தொழிலாளிக்கு தினக்கூலி கொடுக்கச்கூடாது. மாதச் சம்பளம் தரவேண்டும் என்று எம். ஜி.ஆர் விகடன் பத்திரிகையில் எழுதி இதுதான் எங்களுடைய கட்சியின் கொள்கை என்று குறிப்பிட்டிருந்தார். அதை எடுத்து நான் சட்டசபையில் படித்துக்காட்டினேன். படித்துக்காட்டும்போது கையிலே குறிப்பு வைத்துக்கொண்டுதான் படித்துக் காட்டினேன். குறிப்பு வைத்துக்கொண்டு பேசுவதே ஒரு பெரிய தவறு என்று இன்றைக்கு அவர்களுடைய கட்சிக்காரர்கள் பேசிக் கொண்டிருக்கிறார்கள்.

பொறுப்பில்லாமல் பேசுகிறவர்கள் குறிப்பில்லாமல் பேசலாம். ஆனால் நாங்கள் பொறுப்போடு பேசவேண்டியவர்கள் குறிப்போடு பேசுகிறோம். *(கைதட்டல்)*

நான் அந்தக் குறிப்பை வைத்துக்கொணடு சட்டமன்றத்தில் கேட்டேன். விகடன் பத்திரிகையில் 72-ம் ஆண்டு டிசம்பர் மாதம் நீங்கள் எழுதிய கட்டுரையில் இப்படிச் சொல்லியிருக்கிறீர்கள் விவசாயிகளுக்கு தினக்கூலி கிடையாது, மாதச்சம்பளம் வழங்குவோம் என்று சொல்லியிருக்கிறீர்கள். எப்போது நிறைவேற்றப்போகிறீர்கள்! என்று நான் கேட்டேன்

பட்ஜெட்டிலே பதில் வரும் என்று எதிர்பார்த்தோம். வரவில்லை அதுமாத்திரமல்ல கோயம்புத்தூரிலே மூடிக்கிடக்கிற ஆலைகலையெல்லாம் அரசுடைமையாக ஆக்குவோம் என்று தேர்தல் அறிக்கையிலே தெரிவித்தார்கள். அதை எப்போது திறக்கப்போகிறீர்கள் என்று கேட்டோம். பதிலில்லை. இப்படி கவர்னர் உரையிலே கேட்ட எந்தக் கேள்விக்கும் பதிலில்லை.

அரசியல் பழிவாங்குதலை தி. மு. கழகம் சகிக்காது

நேற்றைய தினம் சட்ட மன்றத்திலே கேள்வி நேரம் முடிந்து நான் எழுந்து, 'தலைவர் அவர்களே! நம்முடைய முதல் அமைச்சர் அவர்கள் கவர்னர் உரையிலே குறிப்பிட்ட சிலவிஷயங்கள் பற்றி பிரதமர் மொரார்ஜிதேசாய் ஒரு கடிதம் எழுதியிருந்ததாகப் பத்திரிகைகளிலே செய்தி வந்திருக்கிறது. அது உண்மைதானா? உண்மையென்றால் அந்தக் கடித விவரம் என்ன? அதைத் தெரிந்து கொள்ள இந்த அவை ஆவலாக இருக்கிறது; நாடும் ஆவலாக இருக்கிறது" என்று கேட்டேன்.

உடனடியாக மனோகரன் எழுந்து, "இப்படிக் கேட்க விதியிலே இடமில்லை" என்று சொல்கிறார்.

இன்னொரு அமைச்சர் எழுந்து, "பாராளுமன்றத்திலேதான் திடீரென்று எழுந்து விளக்கம் கேட்கலாம் அப்படி விளக்கம் கேட்கக் கூடாது என்கிறார். இங்கே
நான் சொன்னேன், "இப்படி விளக்கம் கேட்கிற முறை பல நேரங்களில் இருந்திருக்கிறது என்று.

அதைப் போலத்தான் நேற்றைக்கு நாங்கள் கேட்டோம். இரண்டு மூன்று அமைச்சர்கள் பேசினார்களேயல்லாமல் விஷயத்துக்குச் சம்பந்தப்பட்ட முதலமைச்சர் வாய் திறந்தாரா என்றால் இல்லை.

மத்திய சர்க்காரைப் பற்றி ஒரு வார்த்தை சொல்ல வாய் திறக்கவே பயப்படுகிற ஒரு முதலமைச்சருடைய கையில் தமிழ்நாட்டு மக்களுடைய நலன்கள் எப்படிப் பாதுகாப்பாக இருக்கும் என்ற அச்சம்தான் என்னைப் பிடித்து ஆட்டிக் கொண்டிருக்கிறது.

ஏதோ 24 நாட்களில் 1000 ஊழல்களை எம்.ஜி.ஆர். கண்டுபிடித்து விட்டாராம். ஆயிரந் தலைவாங்கிய அபூர்வ சிந்தாமணி படம் பார்த்த காலமல்ல இது. 24 நாட்களில் ஃபைல்களைப் பார்த்து 1000 ஊழல்களைக் கண்டுபிடித்து விட்டாராம். பட்ஜெட் கூட்டத்தொடர் முடிந்ததும் அவர்களை யெல்லாம் சிறையிலே போடுவாராம்.

நான் கேட்கிறேன் - அப்படியே 1000 ஊழல்களைக் கண்டு பிடித்திருந்தாலும் அந்த ஊழல்களில் கண்டுபிடித்தவர்களை யெல்லாம் உடனடியாகச் சிறையிலே போட இது என்ன பழைய காலத்து ராஜதர்பாரா?

மந்திரிப்பிரதானிகள் புடை சூழ்ந்திருக்க, காவலர்களெல்லாம் கையிலே சாமரமும் ஆலவட்டமும் தூக்கிப் பிடித்து நிற்க தர்பார் மண்டபத்தில் சிம்மாசனத்தில் வீற்றிருக்கிற மன்னன் "நீ வா! நீ வா!" உன்னுடைய வழக்கென்ன? என்று ஒவ்வொருவரையும் விசாரித்து விட்டு இவனுக்குத் தூக்கு தண்டனை ; இவனை சுண்ணாம்புக் காளவாயிலே வைத்துக் கொளுத்து; இவனை யானையின் காலால் இடறச் செய். என்றெல்லாம் தண்டனைகளைத் தருவார்கள் என்று கேள்விப் பட்டிருக்கிறோமே அப்படிப்பட்ட ராஜ்யமா இப்போது நடை பெறுகிறது?

வழக்கு மன்றங்கள் இல்லையா? டெல்லி சுப்ரீம் கோர்ட் வரையில் செல்லலாமே! உண்மையான குற்றவாளிகள் தண்டிக்கப்படட்டும்! அதற்காக அரசியல் பழி வாங்கும் போக்கை தி.மு.க. சகித்துக் கொண்டிருக்காது என்பதை அறிவித்துக் கொள்கிறேன்.

வழக்குப் போட்டால் என்ன சும்மா விட்டுவிடுவோமா? இது என்ன சர்க்காரியா கமிஷனா? நாங்கள் குறுக்கு விசாரணைக்கு

வரமாட்டோம் என்று சொல்ல? யார் யாரைக் குறுக்கு விசாரணைக்கு அழைக்க வேண்டுமோ அவ்வளவு பேரையும் குறுக்கு விசாரணைக்கழைத்து குடைந்தெடுத்து விடுவோம். அதை மனதில் வைத்துக் கொள்ளுங்கள். (கைதட்டல்)

24 நாள் ஃபைல் பார்த்து ஆயிரம் பேரைக் கண்டுபிடித்துவிட்டேன் என்று எம்.ஜி.ஆர் சொல்கிறார். 24 நாட்களிலே அவர்கள் ஆயிரம் குற்றங்களைச் செய்திருக்கிறார்கள் என்று நான் சொல்கிறேன்.

சட்டக் கல்லூரியிலே மாணவர்களை சேர்க்க எத்தனை சிபாரிசுக் கடிதங்கள் அமைச்சர்களால் தரப்பட்டிருக்கின்றன? இல்லையென்று கூற முடியுமா?

மருத்துவக் கல்லூரி அட்மிஷனுக்கு யார் யார் லஞ்சம் வாங்கி இருக்கிறார்கள் தெரியாதா?

மைலாப்பூர் காவல் நிலையத்தில் நடப்பது என்ன தெரியுமா?

அவ்வளவு தூரம் போவானேன். அடிப்படையே ஆட்டம் காண்கிறதே ! மந்திரி ஆவதற்கு முன்பு எம்.எல்.ஏ. வாக வேண்டும். எம்.எல்.ஏ. ஆவதற்கு முன்பு ஒரு கட்சியினுடைய வேட்பாளராக நிற்க வேண்டும். இன்றைக்கு எம்.ஜி.ஆர். கட்சியின் வேட்பாளர்கள் எல்லாம் வேட்பாளர்களாக நிற்பதற்கு ஐயாயிரம் பத்தாயிரம் என்று அந்த கட்சிக்காரர்களுக்கு லஞ்சம் கொடுத்துவிட்டு அல்லவா டிக்கெட்டை வாங்கியிருக்கிறார்கள்.

இந்த லட்சணத்திலே திராவிட முன்னேற்றக் கழகம் ஊழல், ஊழல், லஞ்சம், லாவண்யம் நாளெல்லாம் இதே பேச்சுத்தானா?

ஆட்சிக்கு வந்து இருக்கிறீர்கள். என்ன என்ன காரியங்களைச் செய்யப் போகிறீர்கள்? அதை அறிவித்திடுங்கள்.

எந்தப் பக்கத்தைப் புரட்டினாலும், அது கவர்னர் உரையானாலும் அல்லது வரவு - செலவுத் திட்டமானாலும் நாங்கள் ஊழலை ஒழிப்போம், ஊழலை ஒழிப்போம் என்ற பல்லவியை திரும்பத் திரும்ப பாடிக் கொண்டு இருக்கிறார்கள்.

சென்னை மாநகரத்திலே கள்ளச் சாராயம் காய்ச்சுபவர்கள் தாங்கள் தப்பித்துக் கொள்வதற்காக அந்த சாராயத்தை எம்.ஜி.ஆர். சாராயம் என்று விற்கிறார்கள் என்று நண்பர்கள் என்னிடத்தில் சொன்னார்கள். அந்த அளவிற்கு இன்றைக்கு நிர்வாகத்தில் தலையீடுகள்.

மாலை பத்திரிகையிலே பார்த்தேன். மைலாப்பூர் பகுதியிலே எம்.ஜி.ஆர். கட்சியின் சார்பாகபோட்டியிட்டு தோற்றுவிட்ட ஒருவர் மைலாப்பூர் ஸ்டேசனில் உட்கார்ந்து கொண்டு இன்ஸ்பெக்டர் அவரா அல்லது வேறு ஒருவரா என்று தெரியாத அளவிற்கு போலீஸ் ஸ்டேசனையே தன்னுடைய கையிலே வைத்துக் கொண்டு ஆட்டிப் படைக்கிறார் என்ற செய்தியைப் படித்துப் பார்த்தேன்,

இப்படி வந்ததும், வராததுமாக நிர்வாகத்திலே தலையிட்டு எதிர்கட்சிகளை பழிவாங்குகிற போக்கிலே ஈடுபட்டு இருக்கிறார்கள். அப்படி ஈடுபட்டு இருக்கின்றவர்கள் இதுவரை நடந்த நிகழ்ச்சிகள் அத்தனையும் மறைத்து விட்டு, நல்லவைகளை எல்லாம் மக்களுக்கு முன்னால் தெரியாமல் செய்துவிட்டு ஏதோ கடுகுகளை எல்லாம் மலைகளாக ஆக்கி பேசிக்கொண்டு இருக்கிறார்கள்.

ஏனய்யா சென்னை மாநகராட்சித் தேர்தலை வைக்கவில்லை எனறு கேட்டால் என்ன சொல்கிறார்கள். நாங்கள் மதுரை மாநகராட்சித் தேர்தலை வைப்போம். கோவை மாநகராட்சியை உருவாக்கி தேர்தலை வைப்போம். நகராட்சி மன்ற தேர்தலை 90 க்கு மேற்பட்ட இடங்களில் வைப்போம். ஆனால் சென்னையில் மாத்திரம் இப்பொழுது தேர்தல் கிடையாது,

என்ன காரணம் சொல்கிறார்கள்? இங்கே மஸ்டர் ரோல் வழக்கு இருக்கிறது. அது முடிந்த பிறகுதான் தேர்தல்! எப்பொழுது வழக்குமுடிவது? எப்பொழுதுதேர்தல் நடத்துவது? எப்பொழுது பைத்தியம் தெளிவது? எப்பொழுது கல்யாணம் நடத்துவது? (பலத்த கையொலி, ஆரவாரம்)

மஸ்டர் ரோல் வழக்கு என்றால் இந்தக் கோர்ட்டோடு முடிந்துவிடுகிற விவகாரமா? இதிலே தண்டிக்கப்பட்ட சிலர் அதற்குப் பிறகு அப்பீலுக்கு போகமாட்டார்களா? உயர் நீதிமன்றத்திற்கு போகமாட்டார்களா? உயர்நீதிமன்றத்திற்குப் பிறகு சுப்ரீம் கோர்ட் இருக்கிறது. இவ்வளவு கோர்ட்டிற்கும் போய் முடிய இரண்டாண்டுக் காலம் மூன்றாண்டுக் காலமாகாதா?

அதுவரையிலே சென்னை மாநகராட்சியிலே தேர்தல் இல்லை என்றால் உங்கள் உள்ளத்தில் இருக்கிற உண்மையைச் சொல்லி விடுங்கள்.

சட்டமன்ற தேர்தலில் சென்னையிலுள்ள 14 இடங்களில் நாங்கள் 13 இடங்களில் வெற்றி பெறவில்லை.

ஆவேதான் இங்கு தேர்தல் இல்லை என்று அந்த உண்மையைச் சொல்லி விடுங்கள். அந்த உண்மையை மறைத்து விட்டு இங்கே மஸ்டர் ரோல் வழக்கு முடிகிற வரை

தேர்தலே கிடையாது என்று கூறுகிறீர்களென்றால் இதற்குப் பெயர்தான் தூய்மையா? இதற்குப் பெயர்தான் நேர்மையா? என்று நான் கேட்க விரும்புகிறேன்.

வரவு - செலவுத் திட்டத்தை இன்றைக்கு வழங்கியிருக்கிறார்கள். ஏதோ ஒன்று பெரிதாக வரப்போகிறது வரப்போகிறது என்று எல்லோரும் எதிர்பார்த்தார்கள்.

தி.மு. கழக அரசு நிவாரண நிதி அளித்த நேரத்திலெல்லாம். யார் அடித்தளத்திலே இருக்கிறார்களோ, அடிமட்டத்திலே இருக்கிறார்களோ - அவர்கள் அரசு அலுவலர்களாக இருந்தாலும் ஆசிரியர்களாக இருந்தாலும் குறைவான சம்பளம்' பெறுபவர்களுக்குதான் வழங்கியது.

நூற்றிஐம்பது வாங்குகிறவருக்கு இன்னுமொரு பத்து ரூபாய் சேர்த்தால் நூற்றி அறுபதுரூபாய் ஆகிறது, இருநூறு ரூபாய் வாங்குகிறவருக்கு இருநூற்றுப்பத்து தருகிறேன் என்கிறார் எம்.ஜி. இராமச்சந்திரன். இதற்கு பெயர் சோசலிசம். கேட்டால் இது சோசலிசமல்ல; அண்ணாயிசம் என்பார்.

அண்ணாயிசம் என்றால் என்ன என்றால் அது தான் கம்யூனிசம், காபிடலிசம், சோலிசம் மூன்றும் சேர்ந்தது. இது கூடத் தெரியவில்லையா? என்று நம்மைப் பார்த்து திரும்பக் கேட்பார்.

ஆக இப்படிப்பட்ட ஒரு குழப்பமான சூழ்நிலையில் இன்றைக்குத் தமிழகத்திலே ஒரு அரசு வந்திருக்கிறது அப்படி வந்த அரசைத் தாங்கி தீரவேண்டிய தர்மசங்கடமான சூழ்நிலைக்கு நாமும் ஆளாகியிருக்கின்றோம் இது தவிர்க்க முடியாத ஒன்று நாமே ஏற்றுக்கொண்ட ஒன்று அதற்கு நாம் பிறறைக் குறை கூறி பயனில்லை.

தமிழ்ச் சமுதாயத்திற்கு இப்படி ஒரு இடைவெளி தேவையென்று இயற்கையே கருதியது போலும். இல்லாவிட்டால் தமிழனுக்கு மான உணார்ச்சி இருக்காது; தமிழனுக்கு ரோஷம் பிறக்காது. தமிழன் தன்மானத்தோடு தலைநிமிர்ந்து நடக்க மாட்டான். தமிழன் தன்னுடைய வீரத்தை உணராமல் தன்னுடைய பரம்பரையை உணராமல், தாழ்ந்து தாழ்ந்து நாயினும் கீழாகத் தாழ்ந்து கொண்டே போகிறான்.

பொட்டுப் பூச்சியாய் புன்மைத் தேரையாய் தமிழன் தன்னைத் தாழ்த்திக் கொண்டிருக்கிறான். அந்த தமிழன் விழிப்படைய வேண்டுமேயானால் இப்படிப்பட்ட இடைவெளி தேவையென்று இயற்கையே பார்த்து இந்தப் பரிசை நமக்கு அளித்திருக்கிறது என்று சொன்னால் மிகையாகாது.

இந்த இடைவெளியிலே தான் தமிழன் யார் என்பதை உணர வேண்டும். நம்முடைய சந்ததி, நம்முடைய மரபு எப்படியெல்லாம் அழிக்கப்படக்கூடிய சூழ்நிலைகள் உருவாகியிருக்கின்றன என்பதை எண்ணி பார்க்க வேண்டும். அதற்கு இந்த இடைவெளியைப் பயன்படுத்திக் கொள்ள வேண்டும்.

நீங்கள் யாரும் "ஐயோ! கருணாநிதி எதிர்க்கட்சி தலைவராகி விட்டாரே என்று வருத்தப்படவேண்டாம். கவலைப்பட வேண்டாம். நண்பர் செல்வராஜோ அல்லது மற்றவர்களோ ஆளுங்கட்சி வரிசையிலே அமரமுடியாமல் எதிர்க்கட்சி வரிசையிலே அமர்ந்திருக்கிறார்களே என்று யாரும் துன்பப்பட வேண்டாம். துயரப்பட வேண்டாம்.

நாங்கள் ஆளுங்கட்சி வரிசையிலே அமர்ந்திருந்தாலும் அல்லது எதிர்கட்சி வரிசையிலே அமர்ந்திருந்தாலும் இந்தச்

சமுதாயத்திற்காகத்தான் உழைப்போம். தமிழ் மொழிக்காகத் தான் பாடுபடுவோம். தமிழ் நலனுக்காக போராடுவோம். தமிழர் வாழ்வுக்குத் தீங்கொன்று வருமேயானால் எங்களுடைய உயிரைத் துச்சமென மதித்து போராடக் கூடியவர்களாக என்றென்றென்றைக்கும் இருப்போம் (பலத்த கைதட்டல்)

ஆகவே ஆளுங் கட்சியாக இருந்தாலும் சரி அல்லது எதிர் கட்சியாக இருந்தாலும் சரி தி.மு. கழகமாகத் தான் நாங்கள் இருப்போம் தந்தை பெரியாருடைய பாதையையும் பேரறிஞர் அண்ணா அவர்களுடைய வழியையும் மறக்காமல் நாங்கள் பணியாற்றுவோம். ஆகவே எதிர் கட்சியிலே இருக்கிறோம் என்று கவலை கொள்ளத் தேவையில்லை.

நமது வெற்றிவிழாக் கூட்டம் பனகல் பூங்காவில் நடை பெற்ற போது நமது பொதுச் செயலாளர் பேராசிரியர் பேசும் போது "நாங்கள் எல்லாவற்றையும் பொருத்துக் கொண்டிருப்போம்; எங்களுக்கு வருகிற இடர்பாடுகளையெல்லாம் பொறுத்துக் கொண்டிருப்போம். ஆனால், தமிழ் சமுதாயத்திற்கு ஒரு தீங்கு வருமேயானால் நாங்கள் அதைப் பொறுத்துக் கொண்டிருக்க மாட்டோம். போராடத் தொடங்குவோம் என்று சொன்னார்.

அடுத்துப் பேசிய நான், "பொதுச் செயலாளர் பேராசிரியர் முன் மொழிந்த அந்த வார்த்தையை நான் வழி மொழிகிறேன்" என்று அன்றைக்குச் சொன்னேன்.

அதைத்தான் இன்றைக்கும் சொல்கிறேன். தமிழ்ச் சமுதாயத்திற்கு ஆபத்து வருமேயானால் அந்த நேரத்தில் நாங்கள் உடல், பொருள், ஆவி இவற்றை பற்றியெல்லாம் கவலைப்பட்டு கொண்டிருக்க மாட்டோம்.

தமிழகத்தின் மானத்தைக் காப்போம்!

"ஆளும் கட்சியாக இருக்கிறவரை நம்முடைய நிலை கேடயத்தைப் போன்ற நிலை, வருகின்ற கணைகளை எல்லாம் தாங்கிக்கொள்ளவேண்டும். எதிர்க்கட்சியாக இருக்கின்ற நிலை விசப்படுகின்ற கணைகளின் நிலை. ஆகவே இது நமக்குச் சுலபமான வேலை. அந்தச் சுலபமானவேலையிலே தான் தமிழ்நாட்டு மக்களுடைய மானத்தை மரபை மொழியை உரிமையை இத்தனையும் காப்பாற்றுகின்ற பழுவான வேலையும் நம்முடைய தோளிலே சுமத்தப்பட்டிருக்கிறது என்கிற பொறுப்புணர்ச்சியோடு பணியாற்ற வேண்டும்; பணியாற்றுவோம் என்று கழக தலைவர் கலைஞர் அவர்கள் குறிப்பிட்டார்கள்.

வேலூர் வேலப்பாடியில் நடைபெறுகின்ற இந்த பாராட்டு விழா பொதுக் கூட்டத்தில் எதிர்கட்சித் தலைவர் என்கின்ற முறையில் என்னையும், கழகத்தினுடைய துணைப் பொதுச்செயலாளரான அருமை நண்பர் ப.உ.ச. அவர்களையும் நீங்கள் மிகுந்த உற்சாகத்தோடு வரவேற்று வாழ்த்துக்களைப் பொழிந்து எங்களுடைய இலட்சியப் பயணத்திலே எங்களுக்குத் தேவையான ஊக்கத்தையும் உறுதியையும் அளித்திருக்கின்றீர்கள்.

இந்த விழாவிற்கு நான் வரவேண்டுமென்று நண்பர்கள் கேட்டமாத்திரத்தில் ஏற்கனவே தலைமைக் கழகத்தின சார்பில் வேண்டுகோள் வாயிலாக விடுத்துள்ள நிபந்தனையை நண்பர்களுக்கு நான் ஞாபகப்படுத்தினேன்.

நமது கணக்கு வெளிப்படையானது!

நகர கழகத்தினுடைய செயலாளரும் மற்றும் தேவராஜ் எம்.எல்.சி.யும் என்னை சந்தித்தபோது குறைந்த பட்சம் ஆயிரம் ரூபாய் தருகின்ற கூட்டங்களுக்குத்தான் நான் வருவதாக இருக்கிறேன். இந்த அறிவிப்புக்கு முன்பு நீங்கள் வந்திருப்பீர்களேயானால் நான் இந்த தொகையை பெறாமல் கூட வந்திருக்க முடியும். நீங்கள் அறிவிப்புக்கு பின் வந்த காரணத்தினால் ஆயிரம் ரூபாயை தலைமைக் கழகத்தில் முன் கூட்டியே கட்டி விட்டு அதற்குப் பிறகு தேதியை பெற்றுக் கொள்ளுங்கள் என்று சொன்னேன். அவர்களும் ஆயிரம் ரூபாயை கட்டி விட்டு தேதியும் பெற்று ஏறத்தாழ 13 மைல் தூரம் திருவலம் பாலத்திலிருந்து இதுவரை கிட்டத்தட்ட ஒரு மணி நேரத்திற்கு மேலாக ஒரு ஊர்வலத்தையும் நடத்தி இந்த கூட்டத்திலே எங்களை கொண்டுவந்து சேர்த்திருக்கிறார்கள். இந்த கணக்கை எல்லாம் பார்த்தால் குறைந்தது 10 ஆயிரம் ரூபாயாவது கொடுத்திருக்க வேண்டும். (பலத்த கர ஒலி)

கேட்பது எனக்கென்றால் நீங்கள் கையொலி செய்திருக்க மாட்டிர்கள். நான் கேட்பது எனக்காக அல்ல என்பதையும் கழகத்திற்காகத்தான் எதையும் உங்களிடத்திலே கேட்பேன் என்பதையும் நீங்கள் அறிந்திருக்கின்ற காரணத்தாலேதான் அகமகிழ்ச்சியோடு கையொலி செய்திருக்கிறீர்கள்.

இதை புரிந்து கொள்ளாத நண்பர்கள் சிலபேர் நாட்டிலே இருக்கிற காரணத்தினாலேதான் திராவிட முன்னேற்றக் கழகத்திற்கென்று வசூலாகின்ற பணத்திற்கெல்லாம் கணக்கு என்ன? கணக்கு என்ன? என்று கேட்டுக்கொண்டிருக்கிறார்கள்.

நாம் கணக்கு வழக்கில் மிகத் தெளிவாக இருப்பவர்கள் வெளிப்படையாக இருப்பவர்கள் யார் யார் எவ்வளவு தந்தார்கள், எந்தெந்த அமைப்புக்கள் கழகத்திற்காக நிதியை வழங்கியது என்ற விவரங்களை எல்லாம் நாம் அவ்வப்போது சேகரித்து ஏடுகளிலே வெளியிட்டு வருகின்றோம்,

இங்கே கூட நண்பர்கள் படபடப்போடும், அவசரத்தோடும், விரைவாக பணத்தை தந்து விட்டு போக வேண்டும் என்று உற்சாகத்தோடும் எங்களுடைய கைகளில் ஐந்து ரூபாய் என்றும் பத்து ரூபாய் என்றும் ஒரு ரூபாய் என்றும், நோட்டுகளை மாலையாகக் கட்டி கழுத்திலே அணிவித்தும் தங்களுடைய ஆதரவை காட்டிக்கொண்ட நேரத்தில் அவர்களுடைய பெயர்களை விசாரிப்பதிலே நம்முடைய நண்பர்கள் எவ்வளவு ஆர்வம் காட்டினார்கள் என்பதை நீங்கள் அறிவீர்கள். அந்த பெயர்களெல்லாம் ஒரு நாள் நம்முடைய கழக ஏடுகளிலே வெளியிடப்படும்.

அப்படி வெளியிடப்படுகிற நேரத்திலே முதல் நாள் வரை எவ்வளவு வசூல் என்று மொத்தம் கூட்டிப்போட்டு இன்றைய வரையில் எவ்வளவு வசூல் என்று கூட்டிக் கணக்கு காட்டுகின்ற பழக்கம் திராவிட முன்னேற்றக்கழக வரலாற்றிலேதான் தொடர்ந்து இருந்துவருகிறதே தவிர, மற்ற கட்சிகாரர்கள் தங்களுடைய ஏடுகளிலே நிதி வசூல் விவரத்தை வெளியிட்டாலும் இது வரையிலே மொத்தம் எவ்வளவு, நேற்று வரை மொத்த வசூல் என்ன என்பதை எடுத்துக்காட்டுவதே இல்லை.

ஆனால், அப்படிப்பட்டவர்கள் தான் திராவிடமுன்னேற்றக் கழகத்தினுடைய கணக்கு என்ன என்று கேட்கத் தொடங்கினார்கள்.

பலூன் எப்போது வெடிக்குமோ?

திராவிட முன்னேற்றக் கழகத்தினுடைய கணக்கை கேட்டவர்கள் தங்களுடைய கணக்கை திராவிடமுன்னேற்றக் கழகத்திலிருந்து தீர்த்துக் கொண்டு புதிய கட்சி

தொடங்கினார்கள். அந்த புதிய கட்சி இன்று ஆட்சிப் பொறுப்பிற்கு வந்திருக்கிறது.

அப்படி ஆட்சிப் பொறுப்பிற்கு வந்திருக்கின்ற கட்சி எவ்வளவு நாள் ஆளும் கட்சியாக இருக்கும் என்பது பற்றியெல்லாம் எனக்கு முன்னால் பேசிய நண்பர்கள் அறுதியிட்டுக் கூறினார்கள். இவ்வளவு நாள் தான் தாங்கும் என்றெல்லாம் சொன்னார்கள். நம்முடைய தேவராஜ் எம். எல். சி. அவர்கள் 6 மாத காலமோ அல்லது ஓராண்டுக் காலமோ என்று அவர் ஒரு கால வரையறையை குறிப்பிட்டார். நண்பர் வீராசாமி அவர்களும் அவ்வாறே ஒரு காலவரையறை குறிப்பிட்டார்.

இந்த மேடையிலே தொங்கிக் கொண்டிருக்கின்ற பலூன் எப்போது வெடிக்குமோ எனக்குத் தெரியாது. ஆனால், அது தொங்கிக் கொண்டிருக்கும் வரை லாபம் என்கிற வகையிலே தான் அது தொங்கிக்கொண்டிருக்கிறது. (பலத்த ஒலி) அதுபோல் இது 6 மாத காலம் இருந்தாலும் இருக்கலாம். ஓராண்டு காலம் இருந்தாலும் இருக்கலாம். அல்லது கூட்டம் முடிகிறவரையிலே வெடிக்காமல் இருந்தாலும் இருக்கலாம்.

ஆனால் பலூன் இங்கேயே தொங்கிக்கொண்டு இருக்குமா என்றால் இருக்காது. கூட்டம் முடிந்தபிறகு அதையேநோக்கிக் கொண்டிருக்கிற யாராவது அறுத்துக்கொண்டு போனாலும் போய்விடுவார்கள். அல்லது யாரும் அறுக்காமல் விட்டாலும் கூட்டம் முடிந்து பந்தலை பிரிக்கின்றவர்கள் அதை எடுத்துக்கொண்டு வீடுபோய்ச் சேருவார்கள். ஒன்று வெடிக்கும் அல்லது காற்று இறங்கும். இவ்வளவுதான் இந்த பலூனைப் பொறுத்த வரையில்! இதைத்தான் சூசகமாக நான் உங்களுக்குச் சொல்லமுடியும்.

திராவிட முன்னேற்றக்கழகச் சார்பில் இன்றைக்கு. அந்த கட்சியினுடைய தலைவருக்கு அவர் எதிர்க்கட்சியினுடைய தலைவராக ஆகி இருக்கிறார் என்ற காரணத்திற்காக வேலூர் வேலப்பாடியிலே ஒரு வரவேற்பை நடத்துகிறீர்கள் என்றால் இதுதான் திராவிட முன்னேற்றக் கழகத்தினுடைய தூய உறுதியான லட்சியப்பிடிப்புக்கு அடையாளமாகும்.

எதிர்க்கட்சி நிலையில் ஏராளமான பணிகள்

இன்னொரு இடத்திலே அமைச்சரானவர்களுக்கு பாராட்டு விழா நடத்திக்கொண்டிருக்கிறார்கள். ஆனால் முதலமைச்சராக இருந்த நான் எதிர்க்கட்சித் தலைவனாக இன்றைக்கு மாறி இருக்கின்ற நேரத்தில் நீ முதலமைச்சராக இருந்தாலும் எங்களுக்கு கருணாநிதிதான் நீஎதிர்க்கட்சித்தலைவனாக இருந்தாலும் எங்களுக்கு கருணாநிதிதான் என்கிற வகையிலே இங்கே நீங்கள் இந்த விழாவை நடத்திக்கொண்டிருக்கிறீர்கள்.

வேறு இடத்திலே நடத்துகிற விழா அவர்களுடைய தலையிலே அமைச்சர் என்கின்ற கிரீடம் இருக்கின்ற வரையிலேதான் நடக்கும் ஆனால் அந்த கிரீடம் இறக்கப்பட்ட பிறகு அப்படிப்பட்ட வரவேற்புகள் சில பேருக்கு நடக்கலாம் பலபேருக்கு நடப்பதில்லை.

எதிர்கட்சி தலைவராக வந்திருக்கின்ற என்னை, கழக துணைப் பொதுச்செயலாளராக பணிப்பொறுப்பை ஏற்றிருக்கின்ற நண்பர் பா.உ.ச. வுக்கும் வேலூர் புதிய இடமல்ல இந்த வேலூரில் நான் பேசாத தெருக்களே இருக்க முடியாது இந்த வேலூரில் கோட்டைவெளி மைதானத்தில் எத்தனையோ முறை பேசி இருக்கிறேன். அவைகளை கணக்கிட முடியாது எண்ணிலடங்கா! அந்த அளவிற்கு வேலூருக்கும் எனக்கும் தொடர்பு உண்டு.

அப்படிப்பட்ட வேலூரில் நம்முடைய கழக நண்பர்களும் தமிழ் சமுதாயத்தினுடைய பெருங்குடி மக்களும் இன்று மாலையிலே தந்துள்ள மகத்தான வரவேற்பு உள்ளபடியே நான் முதலமைச்சராக பொறுப்பேற்றுக்கொண்டேனே அந்த நேரத்தில் கூட இல்லாத எழுச்சிமயமான வரவேற்பு என்பதை நான் கண்டேன். (பலத்த கர ஒலி)

நான் நண்பர் 'சாவி' அவர்களிடத்திலே வரும் வழியில் சொல்லிக்கொண்டு வந்தேன் ஆளும் கட்சியாக இல்லாமல் எதிர்கட்சியாக இருக்கின்ற இந்த நேரத்திலேதான் எனக்கு உள்ளபடியே உற்சாகம் அதிகமாக இருக்கிறது என்று குறிப்பிட்டேன்.

அவர்கூட கேட்டார். "நீங்கள் எங்கேயோ சொல்லி இருக்கிறீர்களே! அலையோசை பத்திரிகையிலே கூட கட்டம் கட்டிப்போட்டு இருக்கிறார்களே, நாடாளுமன்றத் தேர்தலுக்கு முன்பு 130 பவுண்டாக இருந்து, சட்ட மன்றத்தேர்தல் முடிந்த பிறகு 140 பவுண்டாக ஆகியிருப்பதாக சொல்கிறார்களே உண்மைதானா" என்று அவர் என்னைப் பார்த்துக்கேட்டார்.

என்னுடைய உருவத்தைப் பார்த்தால் 140 பவுண்டாக இருக்கிற நான் கடந்த மூன்று மாதத்திற்கு முன்பு 130 பவுண்டாக இருந்தேன். இன்னும் சொல்லப்போனால் முதலமைச்சராக இருக்கிற நேரத்தில் அதற்கும் குறைவாகக்கூட இருந்திருப்பேன். எதிர்க்கட்சி வரிசையிலே அமர்கிற நேரத்திலேதான் நான் மிகுந்த மகிழ்ச்சியோடு பணியாற்ற முடிகிறது. கீழே விழுந்தாலும் மண் ஒட்டவில்லை என்று சொல்வார்களே அதைப்போல அல்ல இது.

எதிர்க்கட்சித் தலைவராக இருக்கின்ற நேரத்திலே வேலை பளுக்கள் குறைவு என்று நீங்கள் கருதமுடியாது. அதிகமாக வேலை உண்டு. அதிகமாகமக்களுக்குத் தொண்டாற்றவேண்டிய சந்தர்ப்பங்கள், வாய்ப்புக்கள் நிறைய உண்டு அவைகளையெல்லாம் பயன்படுத்திக்கொள்கின்ற இடத்திலே நாம் இருக்கிறோம்.

இக்கரைக்கு அக்கரை பச்சை

71-ஆம் ஆண்டு நடைபெற்ற தேர்தலில் திராவிட முன்னேற்றக் கழகம் இரண்டாம் முறையாக வெற்றி பெற்று அறிஞர் அண்ணா அவர்களுடைய வழியிலே ஏழாண்டுக்காலம் முதலமைச்சர் பொறுப்பை ஏற்று பணியாற்றியும் கூட மக்களிலே பல பேருக்கு 'இக்கரைக்கு அக்கரை பச்சை' என்கின்ற ஒரு எண்ணம், நண்பர் எம்.ஜி. ராமச்சந்திரன், தான் முதல் அமைச்சராக வந்தால், தன்னுடைய கட்சி ஆட்சிக்குவந்தால் வானத்தை வில்லாக வளைப்பதாகவும், மணலை கயிறாகத் திரிப்பதாகவும் மேடைக்கு மேடை சொல்லிக்கொண்டு வருகிறாரே அதையும்தான் கொஞ்சம் பார்ப்போமே என்கின்ற ஆசை எழுவது மனித இயல்பு.

என்னதான் ஏற்கனவே இருக்கின்ற ஒரு ஆட்சி நன்மைகளை செய்திருந்தாலும், பிச்சைக்காரர்களா அதுவும் தொழுநோய் பிச்சைக்காரர்களா அவர்களுக்கெல்லாம் மாட மாளிகைகளை கட்டித் தருவோம். அங்கே அவர்களுக்கு சிகிச்சைகளை அளிப்போம். அவர்களுக்கு ஏற்ற கைத்தொழில்களில் அவர்களை பயிற்றுவோம். அவர்களுக்கு தினக்கூலியும் தருவோம். தொழுநோய்க் கொண்ட பிச்சைக்காரர்கள் யாருடைய அசூயைக்கும் ஆளாகாமல், யாருடைய வெறுப்புக்கும் ஆளாகாமல் அங்கே அவர்கள் வாழட்டும் என்று திராவிட முன்னேற்றக் கழக அரசு புதிய ஏற்பாட்டை,

புரட்சிகரமான ஏற்பாட்டை செய்தது. அதை மக்கள் மறந்திருக்கமாட்டார்கள்.

குவிந்தன சாதனைகள்

இங்கேகூட வயதான ஒரு முதியவர் என்னிடத்திலே கழகத்திற்காக நிதியைத் தந்தார். தந்த நேரத்தில் அவருடைய முகத்தைப் பார்த்தேன். கழக அரசு வழங்கிய இலவச மூக்குக் கண்ணாடியை அவர் அணிந்திருந்தார். இதைப் போலப் பல இடங்களில் கழக அரசு காலத்தில் கண்ணொளி முகாம்கள் நடத்தப்பட்டு லட்சக்கணக்கான ஏழை எளிய மக்களுக்கு இலவசமாக அறுவைசிகிச்சை நடைபெற்று அவர்களுக்கு இலவசமாக மூக்குக் கண்ணாடியும் தரப்பெற்று மங்கிய பார்வையில் மீண்டும் ஒளி பெற்றோர்கள். கிராமங்களிலே லட்சக்கணக்கானவர்கள். இந்த செய்தியையும் மக்களுக்குத் தெரியாமலில்லை.

தாழ்த்தப்பட்ட மக்கள் தங்குவதற்கு இடம் இல்லாமல் சூரிய வெளிச்சம் பட்டால் அது வீட்டிற்குள்ளே படுகின்ற அளவிற்கு ஓட்டைக்கூரைகளும், மழைபொழிந்தால் அது வீட்டையே தெப்பமாக ஆக்கிவிடுகிற அளவிற்கு பயங்கரமான சூழ்நிலையும், புயல்காற்று அடித்தால் வீடுகள் விமானங்களைப் போல பறக்கின்ற அளவிற்கு பரிதாபகரமான நிலைமையும் தாழ்த்தப்பட்ட மக்களுக்கு இருந்தது. அதை மாற்றி அமைக்க ஒரு நாட்டு குடிமகனின் அத்தியாவசியமான தேவைகளிலே ஒன்று குடியிருப்பு; அந்தக் குடியிருப்பினை இந்த நாட்டிலே இருக்கின்ற இயலாதவர்கள், இல்லாதவர்கள் அடித்தளத்திலே அழுந்திக் கிடக்கின்றவர்கள், இப்படிப்பட்ட தாழ்த்தப்பட்ட மக்களுக்கு 13 கோடி ரூபாய் செலவில் 40 ஆயிரம் வீடுகளை கட்டித்தந்து இலவசமாகவே அவர்களுக்கு வழங்கியது திராவிட முன்னேற்றக் கழக அரசு.

சாலை ஓரங்களில் நடக்கின்ற நேரத்தில் இப்படிப்பட்ட இலவச அரிஜன காலனிகள் பலவற்றை நீங்கள் காணமுடியும் அவைகளையும் மக்கள் மறக்கமுடியாது.

அரசாங்க ஊழியர் யாராவது இறந்துவிடுவாரேயானால், அப்படி இறந்துவிட்டவருடைய குரும்பத்திற்கு - இந்தியாவிலே எந்த மாநிலத்திலும் ஆரம்பிக்காத திட்டத்தை, முதன் முதலாக ஆரம்பித்து அந்தகுடும்பத்திற்கு 10 ஆயிரம் ரூபாய் பாதுகாப்பு நிதியாக வழங்கியது திராவிட முன்னேற்றக் கழக அரசு என்பதை மக்கள் மறந்திருக்க முடியாது.

அதிலேகூட இரண்டாவது கட்டமாக ஒரு உத்தரவு போட்டோம். 10ஆயிரம் ரூபாய் கொடுக்க கொஞ்சம் தாமதம் ஆனாலும் இறந்துவிட்டவருடைய உடலை எடுத்து அடக்கம் செய்ய உடனடியாக அங்கேயிருக்கிற அதிகாரி 500 ரூபாயைக் கொடுத்து பத்தாயிரத்திலே ஐநூறை கழித்துக்கொள்ளலாம் என்று இரண்டாவது உத்திரவு போடப்பட்டதும் திராவிட முன்னேற்றக் கழக ஆட்சியிலேதான். அதையும் யாரும் மறந்திருக்கமுடியாது!

ஊனமுற்றோர், முடவர்கள், நொண்டிகள் இவர்களுக்கெல்லாம் வாழ வழிசெய்து கொடுத்ததும் திராவிட முன்னேற்றக் கழக ஆட்சிதான். அதை யாரும் மறந்திருக்கமுடியாது!

கைரிக்ஷாக்களை அறவே அகற்றி இலவச சைக்கிள் ரிக்ஷாக்களை வழங்கியதுக் கழக அரசு என்பதை யாரும் மறுத்திடமுடியாது!

"கோரிக்கை அற்றுக் கிடக்குதண்ணே இங்கு வேரில் பழுத்தப் பலா" என்று பாடினானே புரட்சிக் கவிஞன் பாரதிதாசன். அதுபோல், வேரில் பழுத்த பலாக்களாய், இளம் விதவைகள், கோரிக்கையற்று கிடக்கின்ற கொடிய நிலையைமாற்றி இளம் விதவைகளை யாராவது திருமணம் செய்து கொள்வார்களேயானால் அந்த தம்பதிகளுக்கென்று ஐயாயிரம் ரூபாய்க்கான சேமிப்புப் பத்திரம் வழங்கப்படும். ஏழாண்டு காலத்தில் அந்த ஐயாயிரம் ரூபாய் பத்தாயிரம் ரூபாயாக மாறும்.

7 ஆண்டுக்குப்பிறகு அந்த பத்தாயிரம்ரூபாயை, விதவையை மணந்துகொண்ட கணவனுக்கும். விதவைக்கும் தரப்படும் சிறுசேமிப்புப் பத்திரம் உடனடியாக வழங்கப்படும்.

ஏன் ஏழாண்டு கால இடைவெளி வைத்து ஐயாயிரம் பத்தாயிரமாகின்ற சூழ்நிலையை உருவாக்கினோம் என்றால் கழக அரசு காலத்தில், எவனாவது ஒருவன் ஏமாற்றுக்காரன், இந்த ஐயாயிரம் ரூபாயைப் பெறுவதற்காக ஒரு விதவையை திருமணம் செய்துகொண்டு மறுநாளே அந்தப் பெண்ணை விட்டு விட்டு ஓடிவிட்டால் என்ன செய்வது என்பதற்காகத்தான். ஏழாண்டுகாலம் இடைவெளி வைத்து அதற்கிடையிலே அவர்களுடையவாழ்க்கையிறே ஒற்றுமைவிளங்கிடவேண்டும் என்பதற்காக அதையும் செய்தோம் .

இன்றைக்கு ஏதோ விதவைகளுக்கு திட்டங்கள் வகுத்திருக்கிறோம் என்று சொல்கிறார்கள். அன்றைக்கே திராவிட முன்னேற்றக் கழக அரசு அந்தத் திட்டத்தைத் தீட்டி அது நடைமுறையிலே இருந்து வருகிறது. அதையும் யாரும் மறந்திருக்கமாட்டார்கள்.

பெருந்தலைவர் காமராசர் ஆட்சி காலத்திலேகூட நில உச்சவரம்பு சட்டம் 30 ஸ்டாண்டர்டு ஏக்கர் என்று இருந்தது. அப்படி வைக்கப்பட்ட நேரத்தில் பலபேர் அந்தசட்டம்

வரப்போவதை முன்கூட்டியே தெரிந்துகொண்டு ஏமாற்றினார்கள்.

தங்களுடைய பெண்டு பிள்ளைகளின் பெயரால், உற்றார் உறவினர்களின் பெயரால், வேலைக்காரர்களின் பெயரால், நம்பிக்கைக்கு உரிய பக்கத்து வீட்டுக்காரர்களின் பெயரால் நிலபுலன்களை யெல்லாம் எழுதிவைத்துவிட்டு 30 ஸ்டாண்டாடு ஏக்கர் நில உச்சவரம்பு சட்டத்திலிருந்து தப்பித்துக்கொண்டு விட்டார்கள். அவர்களைத் தப்பவிடக்கூடாதென்று கழக ஆட்சியிலே 30 ஸ்டாண்டர்டு ஏக்கரா என்பதை 5 ஸ்டாண்டர்டு ஏக்கரா என்று குறைத்து - ஏறத்தாழ 60ஆயிரம் ஏக்கர் உபரி நிலத்தைப் பெற்று, நிலமில்லாத ஏழை விவசாயிகளுக்கு வழங்கினோம். அதையும் யாரும் மறந்திருக்கமாட்டார்கள்.

இவ்வளவையும் மக்கள் மறக்கவில்லை.

ஆனாலும், தி.மு கழகத்திற்கு பெருவாரியான வாக்களித்து கழகத்தை ஆட்சிபீடத்திலே ஏற்றவில்லையே என்ன காரணம்?

இவ்வளவும் மக்களுக்குத் தெரியும், நான்சொன்னவைகள் மாத்திரமல்ல; இன்னும் சொல்லவேண்டியவைகள் ஏராளமிருக்கின்றன. சொல்லத் தொடங்கினால் விடிய விடிய இராமாயணந்தான். அந்த அளவுக்கு நூற்றுக்கணக்கான சாதனைப்பட்டியல் தி. மு. கழக அரசின் பட்டியலாகும்.

இவ்வளவுக்குப் பிறகும் தி.மு.கழகத்திற்குப் பெருவாரியான வாக்குகள் கிடைத்து அது ஆட்சிப் பொறுப்புக்கு வராமல், அ. இ. அ.தி.மு.க. என்கின்ற எம்.ஜி. ஆருடைய கட்சி ஆட்சிப்பொறுப்பிற்கு வந்திருக்கிறதென்றால் என்ன காரணம்?

பொதுவாகவே மக்களுடைய மனஇயல்பு, ஒன்றைப் பெற்றுவிட்ட பிறகு இன்னொன்று இதைவிட நல்லதாகக்கிடைக்காதா? என்கின்ற இயல்பு! அதைப் புரிந்துகொண்டால் எங்களுக்கு ஏற்பட்டிருக்கிற தோல்விக்காக நாங்கள் நிச்சயமாக வருந்த மாட்டோம்!

(முற்றும்)

★★★

9 788199 612983

Printed at Repro India Ltd.